The New U.S. Citizenship Exam Study Guide - Filipino 2021

128 USCIS QUESTIONS and ANSWERS

Jeffrey B. Harris M.Ed

The New U.S. Citizenship Exam Study Guide -
Filipino- 2021: 128 USCIS Questions and Answers

By Jeffrey B. Harris

Starting December 1st, 2020, there are <u>128</u> potential questions that will be asked on the civics portion of the naturalization test. <u>20</u> questions are asked, and you must answer <u>12</u> correctly. This book is set up to act as a study guide. The first half contains the questions and the second half contains the answers. You should write down the answer in the space provided once you truly know it. Also, new rules state that if you're over 65 years old and have lived in the United States for 20 years or more, then you only need to know the questions marked with a star. Good luck!

Mga Katanungan

1. Ano ang uri ng pamahalaan ng Estados Unidos?

2. Ano ang kataas-taasang batas ng lupa? *

3. Pangalanan ang isang bagay na ginagawa ng Konstitusyon ng Estados Unidos.

4. Ang Konstitusyon ng Estados Unidos ay nagsisimula sa mga salitang "We the People." Ano ang ibig sabihin ng "Tayong Tao"?

5. Paano ginagawa ang mga pagbabago sa Konstitusyon ng Estados Unidos?

6. Ano ang pinoprotektahan ng Bill of Rights?

7. Ilan ang mga susog na mayroon ang Konstitusyon ng Estados Unidos? *

8. Bakit mahalaga ang Pahayag ng Kalayaan?

9. Anong tagapagtatag na dokumento ang nagsabing ang mga kolonya ng Amerika ay malaya mula sa Britain?

10. Pangalanan ang dalawang mahahalagang ideya mula sa Deklarasyon ng Kalayaan at Konstitusyon ng Estados Unidos.

11. Ang mga salitang "Buhay, Kalayaan, at ang paghabol sa Kaligayahan" ay nasa anong founding document?

12. Ano ang sistemang pang-ekonomiya ng Estados Unidos? *

13. Ano ang tuntunin ng batas?

14. Maraming mga dokumento ang nakaimpluwensya sa Konstitusyon ng Estados Unidos. Pangalanan ang isa.

15. Mayroong tatlong sangay ng pamahalaan. Bakit?

16. Pangalanan ang tatlong sangay ng pamahalaan.

17. Ang Pangulo ng Estados Unidos ang namamahala sa aling sangay ng pamahalaan?

18. Anong bahagi ng pamahalaang pederal ang nagsusulat ng mga batas?

19. Ano ang dalawang bahagi ng Kongreso ng Estados Unidos?

20. Pangalanan ang isang kapangyarihan ng Kongreso ng Estados Unidos. *

21. Ilan ang mga senador ng Estados Unidos?

22. Gaano katagal ang isang term para sa isang senador ng Estados Unidos?

23. Sino ang isa sa mga senador ng estado ng Estados Unidos ngayon?

24. Ilan sa mga miyembro ng pagboto ang nasa House of Representatives?

25. Gaano katagal ang isang term para sa isang miyembro ng House of Representatives?

26. Bakit ang mga kinatawan ng Estados Unidos ay nagsisilbi ng mas maikling termino kaysa sa mga senador ng Estados Unidos?
27. Ilan ang mga senador ng bawat estado?

28. Bakit ang bawat estado ay mayroong dalawang senador?

29. Pangalanan ang iyong kinatawan ng Estados Unidos.

30. Ano ang pangalan ng Speaker ng House of Representatives ngayon? *

31. Sino ang kinakatawan ng isang senador ng Estados Unidos?

32. Sino ang pumili ng mga senador ng Estados Unidos?

33. Sino ang kinakatawan ng isang miyembro ng House of Representatives?

34. Sino ang pumili ng mga miyembro ng Kapulungan ng mga Kinatawan?

35. Ang ilang mga estado ay may higit na mga kinatawan kaysa sa iba pang mga estado. Bakit?

36. Ang Pangulo ng Estados Unidos ay inihalal sa loob ng ilang taon? *

37. Ang Pangulo ng Estados Unidos ay maaaring maghatid lamang ng dalawang termino. Bakit?

38. Ano ang pangalan ng Pangulo ng Estados Unidos ngayon? *

39. Ano ang pangalan ng Bise Presidente ng Estados Unidos ngayon? *

40. Kung ang pangulo ay hindi na maaaring maglingkod, sino ang magiging pangulo?

41. Pangalanan ang isang kapangyarihan ng pangulo.

42. Sino ang Commander in Chief ng militar ng Estados Unidos?

43. Sino ang pumirma sa mga panukalang batas upang maging batas?

44. Sino ang nag-veto ng singil? *

45. Sino ang nagtatalaga ng mga hukom federal?

46. Ang sangay ng ehekutibo ay maraming bahagi. Pangalanan ang isa.

47. Ano ang ginagawa ng Gabinete ng Pangulo?

48. Ano ang dalawang posisyon sa antas ng Gabinete?

49. Bakit mahalaga ang Electoral College?

50. Ano ang isang bahagi ng sangay ng panghukuman?

51. Ano ang ginagawa ng sangay ng panghukuman?

52. Ano ang pinakamataas na hukuman sa Estados Unidos? *

53. Ilan ang puwesto sa Korte Suprema?

54. Ilan sa mga mahistrado ng Korte Suprema ang karaniwang kinakailangan upang magpasya ng isang kaso?

55. Gaano katagal ang paglilingkod ng mga mahistrado ng Korte Suprema?

56. Ang mga mahistrado ng Korte Suprema ay nagsisilbi habang buhay. Bakit?

57. Sino ang Punong Mahistrado ng Estados Unidos ngayon?

58. Pangalanan ang isang kapangyarihan na para lamang sa pamahalaang federal.

59. Pangalanan ang isang kapangyarihan na para lamang sa mga estado.

60. Ano ang layunin ng ika-10 Susog?

61. Sino ang gobernador ng iyong estado ngayon? *

62. Ano ang kabisera ng iyong estado?

63. Mayroong apat na susog sa Konstitusyon ng Estados Unidos tungkol sa kung sino ang maaaring bumoto. Ilarawan ang isa sa mga ito.

64. Sino ang maaaring bumoto sa mga halalan sa federal, tumakbo para sa tanggapan ng pederal, at maglingkod sa isang hurado sa Estados Unidos?

65. Ano ang tatlong mga karapatan ng lahat na naninirahan sa Estados Unidos?

66. Ano ang ipinapakita natin ng katapatan kapag sinabi natin ang Pangako ng Pagkakatotoo? *

67. Pangalanan ang dalawang pangako na ginagawa ng mga bagong mamamayan sa Oath of Allegiance.

68. Paano magiging mamamayan ng Estados Unidos ang mga tao?

69. Ano ang dalawang halimbawa ng pakikilahok ng sibika sa Estados Unidos?

70. Ano ang isang paraan upang mapaglingkuran ng mga Amerikano ang kanilang bansa?

71. Bakit mahalaga na magbayad ng mga buwis sa federal?

72. Ito ay mahalaga para sa lahat ng kalalakihan na edad 18 hanggang 25 na magparehistro para sa Selective Service. Pangalanan ang isang dahilan kung bakit.

73. Ang mga kolonista ay dumating sa Amerika sa maraming kadahilanan. Pangalanan ang isa.

74. Sino ang nanirahan sa Amerika bago dumating ang mga Europeo? *

75. Anong pangkat ng mga tao ang kinuha at ipinagbili bilang mga alipin?

76. Anong digmaan ang ipinaglaban ng mga Amerikano upang makamit ang kalayaan mula sa Britain?

77. Pangalanan ang isang dahilan kung bakit idineklara ng mga Amerikano ang kalayaan mula sa Britain.

78. Sino ang sumulat ng Pahayag ng Kalayaan? *

79. Kailan pinagtibay ang Deklarasyon ng Kalayaan?

80. Ang American Revolution ay mayroong maraming mahahalagang kaganapan. Pangalanan ang isa.

81. Mayroong 13 orihinal na estado. Pangalanan ang lima.

82. Anong founding document ang isinulat noong 1787?

83. Sinuportahan ng Federalist Papers ang pagpasa ng Konstitusyon ng Estados Unidos. Pangalanan ang isa sa mga manunulat.

84. Bakit mahalaga ang Federalist Papers?

85. Si Benjamin Franklin ay sikat sa maraming bagay
s. Pangalanan ang isa.

86. Sikat si George Washington sa maraming bagay.
Pangalanan ang isa. *

87. Si Thomas Jefferson ay sikat sa maraming bagay.
Pangalanan ang isa.

88. Sikat si James Madison sa maraming bagay.
Pangalanan ang isa.

89. Si Alexander Hamilton ay sikat sa maraming bagay.
Pangalanan ang isa.

90. Anong teritoryo ang binili ng Estados Unidos mula
sa France noong 1803?

91. Pangalanan ang isang giyerang ipinaglaban ng
Estados Unidos noong mga taon ng 1800.

92. Pangalanan ang giyera ng Estados Unidos sa
pagitan ng Hilaga at Timog.

93. Ang Digmaang Sibil ay maraming mahalagang
kaganapan. Pangalanan ang isa.

94. Si Abraham Lincoln ay bantog sa maraming bagay.
Pangalanan ang isa. *

95. Ano ang ginawa ng Emancipation Proclaim?

96. Anong digmaan ng Estados Unidos ang nagtapos sa pagka-alipin?

97. Anong susog ang nagbibigay ng pagkamamamayan sa lahat ng mga taong ipinanganak sa Estados Unidos?

98. Kailan nagkaroon ng karapatang bumoto ang lahat ng kalalakihan?

99. Pangalanan ang isang pinuno ng kilusang karapatan ng kababaihan sa mga taong 1800.

100. Pangalanan ang isang giyera na ipinaglaban ng Estados Unidos noong 1900s.

101. Bakit pumasok ang Estados Unidos sa World War I?

102. Kailan nagkaroon ng karapatang bumoto ang lahat ng mga kababaihan?

103. Ano ang Malaking Depresyon?

104. Kailan nagsimula ang Great Depression?

105. Sino ang pangulo noong Great Depression at World War II?

106. Bakit pumasok ang Estados Unidos sa World War II?

107. Sikat si Dwight Eisenhower sa maraming bagay. Pangalanan ang isa.

108. Sino ang pangunahing karibal ng Estados Unidos sa panahon ng Cold War?

109. Sa panahon ng Cold War, ano ang pangunahing alalahanin ng Estados Unidos?

110. Bakit pumasok ang Estados Unidos sa Digmaang Koreano?

111. Bakit pumasok ang Estados Unidos sa Digmaang Vietnam?

112. Ano ang ginawa ng kilusang karapatang sibil?

113. Si Martin Luther King, Jr. ay tanyag sa maraming bagay. Pangalanan ang isa. *

114. Bakit pumasok ang Estados Unidos sa Persian Gulf War?

115. Anong pangunahing kaganapan ang nangyari noong Setyembre 11, 2001 sa Estados Unidos? *

116. Pangalanan ang isang hidwaan ng militar ng Estados Unidos pagkatapos ng pag-atake noong Setyembre 11, 2001.

117. Pangalanan ang isang tribo ng Amerikanong Indian sa Estados Unidos.

118. Pangalanan ang isang halimbawa ng isang makabagong ideya sa Amerika.

119. Ano ang kabisera ng Estados Unidos?

120. Nasaan ang Statue of Liberty?

121. Bakit may 13 guhitan ang watawat? *

122. Bakit mayroong 50 bituin ang watawat?

123. Ano ang pangalan ng pambansang awit?

124. Ang unang motto ng Nation ay "E Pluribus Unum." Anong ibig sabihin niyan?

125. Ano ang Araw ng Kalayaan?

126. Pangalanan ang tatlong pambansang pista opisyal sa U.S.. *

127. Ano ang Araw ng Paggunita?

128. Ano ang Araw ng mga Beterano?

Mga sagot

1. Republika
Republika federal na nakabatay sa Konstitusyon
Demokrasya ng kinatawan

2. (U.S.) Saligang Batas

3. Bumubuo ng gobyerno
Natutukoy ang mga kapangyarihan ng pamahalaan
Tinutukoy ang mga bahagi ng pamahalaan
Pinoprotektahan ang mga karapatan ng mga tao

4. Pamahalaang sarili
Sikat na soberehenya
Pahintulot ng pinamamahalaan
Dapat pamahalaan ng mga tao ang kanilang sarili
(Halimbawa ng) kontratang panlipunan

5. Mga Pagbabago
Ang proseso ng susog

6. (Ang pangunahing) mga karapatan ng mga
Amerikano
(Ang pangunahing) mga karapatan ng mga taong
naninirahan sa Estados Unidos

7. Dalawampu't pito (27)

8. Sinasabi nito na ang Amerika ay malaya mula sa
kontrol ng British.
Sinasabi nito na ang lahat ng mga tao ay nilikha pantay.
Kinikilala nito ang mga likas na karapatan.
Kinikilala nito ang mga indibidwal na kalayaan.

9. Pagdeklara ng Kalayaan

10. Pagkakapantay-pantay
Kalayaan
Kontrata sa lipunan
Mga karapatang likas
Limitado ang gobyerno
Pamamahala ng sarili

11. Pagdeklara ng Kalayaan

12. Kapitalismo
Libreng ekonomiya ng merkado

13. Ang bawat isa ay dapat sumunod sa batas.
Dapat sundin ng mga pinuno ang batas.
Dapat sundin ng gobyerno ang batas.
Walang sinumang nasa itaas ng batas.

14. Pagdeklara ng Kalayaan
Mga Artikulo ng Confederation
Mga Papel ng Pederalista
Mga Papel na Anti-Federalist

Pagdeklara ng Mga Karapatan sa Virginia
Pangunahing Mga Order ng Connecticut
Mayflower Compact
Iroquois Mahusay na Batas ng Kapayapaan

15. Kaya't ang isang bahagi ay hindi magiging
napakalakas
Mga tseke at balanse
Paghihiwalay ng mga kapangyarihan

16. Lehislative, executive, at judicial
Kongreso, pangulo, at mga korte

17. Susunod na sangay

18. (U.S.) Kongreso
Batas ng batas (U.S. o pambansa)
Sangay ng pambatasan

19. Senado at Kapulungan (ng Mga Kinatawan)

20. Mga batas sa pagsulat
Nagdedeklara ng giyera
Ginagawa ang badyet na pederal

21. Isang daang (100)

22. Anim (6) na taon

23. Mag-iiba ang mga sagot. [Ang mga residente ng Distrito ng Columbia at residente ng mga teritoryo ng Estados Unidos ay dapat sagutin na ang D.C. (o ang teritoryo kung saan nakatira ang aplikante) ay walang mga senador ng Estados Unidos.]

24. Apat na raan tatlumpu't lima (435)

25. Dalawang (2) taon

26. Upang mas malapit na sundin ang opinyon ng publiko

27. Dalawa (2)

28. Parehas na representasyon (para sa maliliit na estado)
Ang Mahusay na Kompromiso (Komplikasyong Connecticut)

29. Mag-iiba ang mga sagot.

30. Bisitahin ang uscis.gov/citizenship/testupdates para sa pangalan ng Speaker ng House of Representatives.

31. Mga mamamayan ng kanilang estado

32. Mga mamamayan mula sa kanilang estado

33. Mga mamamayan sa kanilang (kongreso) distrito
Mga mamamayan sa kanilang distrito

34. Mga mamamayan mula sa kanilang (kongreso)
distrito

35. (Dahil sa) populasyon ng estado
(Kasi) mas marami silang tao
(Sapagkat) ang ilang mga estado ay may mas
maraming mga tao

36. Apat (4) na taon

37. (Dahil sa) ika-22 Susog
Upang maiwasang maging malakas ang pangulo

38.Bisitahin ang uscis.gov/citizenship/testupdates para
sa pangalan ng Pangulo ng Estados Unidos.

39. Bisitahin ang uscis.gov/citizenship/tes
tupdates para sa pangalan ng Bise Presidente ng
Estados Unidos.

40. Ang Bise Presidente (ng Estados Unidos)

41. Nilagdaan ang panukalang batas sa batas
Mga singil sa vetoes
Nagpapatupad ng mga batas
Commander in Chief (ng militar)
Punong diplomat

42. Ang Pangulo (ng Estados Unidos)

43. Ang Pangulo (ng Estados Unidos)

44. Ang Pangulo (ng Estados Unidos)

45. Ang Pangulo (ng Estados Unidos)

46.Presidente (ng Estados Unidos)
Gabinete
Mga kagawaran at ahensya ng pederal

47. Pinayuhan ang Pangulo (ng Estados Unidos)

48. Atensiyang Pangkalahatan
Kalihim ng Agrikultura
Kalihim ng Komersyo
Kalihim ng Depensa
Kalihim ng Edukasyon
Kalihim ng Enerhiya
Kalihim ng Pangkalusugan at Serbisyong Pantao
Kalihim ng Security sa Homeland
Kalihim ng Pabahay at Pag-unlad sa Lunsod
Kalihim ng Panloob
Kalihim ng Paggawa
Kalihim ng Estado
Kalihim ng Transportasyon
Kalihim ng Treasury
Kalihim ng Beterano ng Ugnayan
Pangalawang Pangulo (ng Estados Unidos)

49. Nagpapasya ito kung sino ang nahalal na pangulo.

Nagbibigay ito ng isang kompromiso sa pagitan ng
tanyag na halalan ng pangulo at pagpili ng kongreso.

50. Kataas-taasang Hukuman
Mga Korte Federal

51. Mga pagsusuri sa mga batas
Nagpapaliwanag ng mga batas
Nalulutas ang mga pagtatalo (hindi pagkakasundo)
tungkol sa batas
Nagpapasya kung ang isang batas ay labag sa
Konstitusyon ng (U.S.)

52. Kataas-taasang Hukuman

53. Siyam (9)

54. Limang (5)

55. (Para sa) buhay
Appointment sa habang buhay
(Hanggang sa) pagreretiro

56. Upang maging malaya (ng politika)
Upang malimitahan ang impluwensya sa labas
(pampulitika)

57. Bisitahin ang uscis.gov/citizenship/testupdates para
sa pangalan ng Chief Justice ng Estados Unidos.

58. I-print ang perang papel

Mint na barya
Magdeklara ng giyera
Lumikha ng isang hukbo
Gumawa ng mga kasunduan
Itakda ang patakarang panlabas

59. Magbigay ng pag-aaral at edukasyon
Magbigay ng proteksyon (pulisya)
Magbigay ng kaligtasan (mga departamento ng sunog)
Magbigay ng lisensya sa pagmamaneho
Aprubahan ang pag-zoning at paggamit ng lupa

60. (Nakasaad dito na ang) mga kapangyarihang hindi
ibinigay sa pamahalaang federal ay pagmamay-ari ng
mga estado o ng mga tao.

61. Ang mga sagot ay magkakaiba. [Dapat sagutin ng
mga residente ng Distrito ng Columbia na ang D.C. ay
walang gobernador.]

62. Ang mga sagot ay magkakaiba. [Dapat sagutin ng
mga residente ng Distrito ng Columbia na ang D.C. ay
hindi isang estado at walang kabisera. Dapat
pangalanan ng mga residente ng teritoryo ng Estados
Unidos ang kabisera ng teritoryo.]

63. Mga mamamayan labing-walo (18) at mas matanda
(maaaring bumoto).
Hindi mo kailangang magbayad (isang poll tax) upang
bumoto.

Sinumang mamamayan ay maaaring bumoto. (Ang mga kababaihan at kalalakihan ay maaaring bumoto.)
Isang lalaking mamamayan ng anumang lahi (maaaring bumoto).

64. Mga Mamamayan
Mga mamamayan ng Estados Unidos
Mamamayan ng U.S.

65.Kalayaan ng pagpapahayag
Kalayaan sa pagsasalita
Kalayaan sa pagtitipon
Kalayaan na petisyon ang gobyerno
Kalayaan sa relihiyon
Ang karapatan na mag-armas

66. Ang Estados Unidos
Ang bandila

67. Bigyan ang katapatan sa ibang mga bansa
Ipagtanggol ang Saligang Batas (U.S.)
Sundin ang mga batas ng Estados Unidos
Maglingkod sa militar (kung kinakailangan)
Paglingkuran (tulungan, gumawa ng mahalagang gawain para sa) bansa (kung kinakailangan)
Maging matapat sa Estados Unidos

68. Likasahin
Nakuha ang pagkamamamayan
Ipanganak sa Estados Unidos

69. Bumoto
Tumakbo para sa opisina
Sumali sa isang partidong pampulitika
Tulong sa isang kampanya
Sumali sa isang pangkat ng sibiko
Sumali sa isang pangkat ng pamayanan
Bigyan ang isang piniling opisyal ng iyong opinyon (sa isang isyu)
Makipag-ugnay sa mga nahalal na opisyal
Suportahan o tutulan ang isang isyu o patakaran
Sumulat sa isang pahayagan

70. Bumoto
Magbayad ng buwis
Sundin ang batas
Maglingkod sa militar
Tumakbo para sa opisina
Nagtatrabaho para sa pamahalaang lokal, estado, o federal

71. Kinakailangan ng batas
Ang lahat ng mga tao ay nagbabayad upang mapondohan ang pamahalaang federal
Kinakailangan ng Saligang Batas (A.S.) (ika-16 na Susog)
Tungkulin sa sibika

72. Kinakailangan ng batas
Tungkulin sa sibika
Ginagawang makatarungan ang draft, kung kinakailangan

73.Kalayaan
Kalayaan sa politika
Kalayaan sa relihiyon
Opportunity sa ekonomiya
Makatakas sa pag-uusig

74. Mga Amerikanong Indian
Katutubong Amerikano

75. Mga Africa
Ang mga tao mula sa Africa

76. Rebolusyong Amerikano
Ang (American) Rebolusyonaryong Digmaan
Digmaan para sa Kalayaan (Amerikano)

77. Mataas na buwis
Pagbubuwis nang walang representasyon
Ang mga sundalong British ay nanatili sa mga bahay ng
mga Amerikano (pagsakay, pagsusukat)
Wala silang sariling pamamahala
Patayan sa Boston
Boston Tea Party (Tea Act)
Batas ng Selyo
Batas sa Asukal
Townshend Gawa
Hindi matatagalan (Pinipilit) Mga Gawa

78. (Thomas) Jefferson

79. Hulyo 4, 1776

80. (Labanan ng) Bunker Hill
Pagdeklara ng Kalayaan
Tumawid ang Washington sa Delaware (Labanan sa Trenton)
(Labanan ng) Saratoga
Valley Forge (Encampment)
(Labanan ng) Yorktown (pagsuko ng British sa Yorktown)

81.New Hampshire
Massachusetts
Rhode Island
Connecticut
New York
New Jersey
Pennsylvania
Delaware
Maryland
Virginia
North Carolina
South Carolina
Georgia

82. (U.S.) Saligang Batas

83. (James) Madison
(Alexander) Hamilton
(John) Jay

Publius

84. Tinulungan nila ang mga tao na maunawaan ang
Saligang Batas (A.S.).
Sinuportahan nila ang pagpasa
ang Saligang Batas (U.S.).

85. Natatag ang unang libreng mga pampublikong
aklatan
Unang Postmaster General ng Estados Unidos
Tumulong sa pagsulat ng Pahayag ng Kalayaan
Imbentor
Diplomat ng U.S.

86. "Ama ng Ating Bansa"
Unang pangulo ng Estados Unidos
Pangkalahatan ng Continental Army
Pangulo ng Batas sa Konstitusyon

87. Manunulat ng Deklarasyon ng Kalayaan
Pangatlong pangulo ng Estados Unidos
Dinoble ang laki ng Estados Unidos (Pagbili ng
Louisiana)
Unang Kalihim ng Estado
Itinatag ang Unibersidad ng Virginia
Manunulat ng Virginia Statute on Religious Freedom

88. "Ama ng Saligang Batas"
Pang-apat na pangulo ng Estados Unidos
Pangulo noong Digmaan ng 1812
Isa sa mga manunulat ng Federalist Papers

89. Una na Kalihim ng Treasury
Isa sa mga manunulat ng Federalist Papers
Tumulong na maitaguyod ang Unang Bangko ng
Estados Unidos
Katulong kay Heneral George Washington
Miyembro ng Continental Congress

90. Teritoryo ng Louisiana
Louisiana

91. Digmaan ng 1812
Digmaang Mexico-Amerikano
Digmaang Sibil
Digmaang Espanyol-Amerikano

92. Digmaang Sibil

93. (Labanan ng) Fort Sumter
Emancipation Proklamasyon
(Labanan ng) Vicksburg
(Labanan ng) Gettysburg
Sherman's March
(Sumuko sa) Appomattox
(Labanan ng) Antietam / Sharpsburg
Pinaslang si Lincoln.

94. Pinalaya ang mga alipin (Emancipation
Proklamasyon)
Nai-save (o napanatili) ang Union

Pinamunuan ang Estados Unidos sa panahon ng
Digmaang Sibil
Ika-16 na pangulo ng Estados Unidos
Naihatid ang Gettysburg Address

95. Pinalaya ang mga alipin
Pinalaya ang mga alipin sa Confederacy
Pinalaya ang mga alipin sa estado ng Confederate
Pinalaya ang mga alipin sa karamihan sa mga estado
ng Timog

96. Ang Digmaang Sibil

97.14th Susog

98. Pagkatapos ng Digmaang Sibil
Sa panahon ng muling pagtatayo
(Gamit ang) ika-15 Susog
1870

99.Susan B. Anthony
Elizabeth Cady Stanton
Katotohanan ng Sojourner
Harriet Tubman
Lucretia Mott
Lucy Stone

100. World War I
ikalawang Digmaang Pandaigdig
Digmaang Koreano

Digmaang Vietnam
(Persian) Digmaang sa Golpo

101. Dahil sinalakay ng Alemanya ang mga barko ng
Estados Unidos (sibilyan)
Upang suportahan ang Allied Powers (Inglatera,
Pransya, Italya, at Russia)
Upang kalabanin ang Central Powers (Alemanya,
Austria-Hungary, ang Ottoman Empire, at Bulgaria)

102. 1920
Pagkatapos ng World War I
(Gamit ang) ika-19 na Susog

103. Pinakamahabang pag-urong ng ekonomiya sa
modernong kasaysayan

104. Ang Great Crash (1929)
Pagbagsak ng stock market noong 1929

105. (Franklin) Roosevelt

106. (Pagbobomba ng) Pearl Harbor
Inatake ng mga Hapon ang Pearl Harbor
Upang suportahan ang Allied Powers (England, France,
at Russia)
Upang tutulan ang Axis Powers (Alemanya, Italya, at
Japan)

107. Pangkalahatan sa panahon ng World War II
Pangulo sa pagtatapos ng (habang) Digmaang Koreano

Ika-34 na pangulo ng Estados Unidos
Nilagdaan ng Batas Federal-Aid Highway ng 1956
(Nilikha ang Interstate System)

108. Union Union
USSR
Russia

109. Komunikasyon
Digmaang nuklear

110. Upang matigil ang pagkalat ng komunismo

111. Upang matigil ang pagkalat ng komunismo

112. Nakipaglaban upang wakasan ang diskriminasyon
sa lahi

113. Nakipaglaban para sa mga karapatang sibil
Nagtrabaho para sa pagkakapantay-pantay para sa
lahat ng mga Amerikano
Nagtrabaho upang matiyak na ang mga tao ay "hindi
huhusgahan ng kulay ng kanilang balat, ngunit ng
nilalaman ng kanilang karakter"

114. Upang pilitin ang militar ng Iraq mula sa Kuwait

115. Inatake ng mga terorista ang Estados Unidos
Ang mga terorista ay kumuha ng dalawang eroplano at
binagsak sila sa World Trade Center sa New York City

Ang mga terorista ay kumuha ng isang eroplano at bumagsak sa Pentagon sa Arlington, Virginia
Ang mga terorista ay kinuha ang isang eroplano na orihinal na naglalayong Washington, D.C., at nag-crash sa isang patlang sa Pennsylvania

116. (Pandaigdigan) Digmaan sa Terror
Digmaan sa Afghanistan
Digmaan sa Iraq

117. Apache
Blackfeet
Cayuga
Cherokee
Cheyenne
Chippewa
Choctaw
Creek
Uwak
Hopi
Huron
Inupiat
Lakota
Mohawk
Mohegan
Navajo
Oneida
Onondaga
Pueblo
Seminole
Seneca

Shawnee
Sioux
Teton
Tuscarora

118. bombilya
Kotse (kotse, sunugin engine)
Mga Skyscraper
Eroplano
Linya ng pagpupulong
Landing sa buwan
Pinagsamang circuit (IC)

119. Washington, D.C.

120. New York (Harbor)
Liberty Island [Katanggap-tanggap din ang New Jersey,
malapit sa New York City, at sa Hudson (Ilog).]

121. (Sapagkat mayroong) 13 orihinal na mga kolonya
(Dahil ang mga guhitan) ay kumakatawan sa mga
orihinal na kolonya

122. (Dahil mayroong) isang bituin para sa bawat
estado
(Sapagkat) ang bawat bituin ay kumakatawan sa isang
estado
(Dahil mayroong) 50 estado

123. Ang Star-Spangled Banner

124. Sa maraming, isa
Lahat tayo ay naging isa

125. Isang piyesta opisyal upang ipagdiwang ang
kalayaan ng Estados Unidos (mula sa Britain)
Kaarawan ng bansa

126. Araw ng Bagong Taon
Martin Luther King, Araw ng Jr.
Araw ng mga Pangulo (Kaarawan ng Washington)
Araw ng Alaala
Araw ng Kalayaan
Araw ng mga Manggagawa
Columbus Day
Araw ng mga Beterano
araw ng pasasalamat
Araw ng Pasko

127. Isang piyesta opisyal upang igalang ang mga
sundalong namatay sa serbisyo militar

128. Isang piyesta opisyal upang igalang ang mga tao
sa (U.S.) militar
Isang piyesta opisyal upang igalang ang mga taong
nagsilbi (sa militar ng Estados Unidos)

English Version

1. What is the form of government of the United States?

- Republic
- Constitution-based federal republic
- Representative democracy

2. What is the supreme law of the land?*

- (U.S.) Constitution

3. Name one thing the U.S. Constitution does.

- Forms the government
- Defines powers of government
- Defines the parts of government
- Protects the rights of the people

4. The U.S. Constitution starts with the words "We the People." What does "We the People" mean?

- Self-government
- Popular sovereignty
- Consent of the governed
- People should govern themselves
- (Example of) social contract

5. How are changes made to the U.S. Constitution?

- Amendments
- The amendment process

6. What does the Bill of Rights protect?

- (The basic) rights of Americans

- (The basic) rights of people living in the United States

7. How many amendments does the U.S. Constitution have?*

- Twenty-seven (27)

8. Why is the Declaration of Independence important?

- It says America is free from British control.
- It says all people are created equal.
- It identifies inherent rights.
- It identifies individual freedoms.

9. What founding document said the American colonies were free from Britain?

- Declaration of Independence

10. Name two important ideas from the Declaration of Independence and the U.S. Constitution.

- Equality
- Liberty
- Social contract
- Natural rights
- Limited government
- Self-government

11. The words "Life, Liberty, and the pursuit of Happiness" are in what founding document?

- Declaration of Independence

12. What is the economic system of the United States?*

* Capitalism
* Free market economy

13. What is the rule of law?

* Everyone must follow the law.
* Leaders must obey the law.
* Government must obey the law.
* No one is above the law.

14. Many documents influenced the U.S. Constitution. Name one.

* Declaration of Independence
* Articles of Confederation
* Federalist Papers
* Anti-Federalist Papers
* Virginia Declaration of Rights
* Fundamental Orders of Connecticut
* Mayflower Compact
* Iroquois Great Law of Peace

15. There are three branches of government. Why?

* So one part does not become too powerful
* Checks and balances
* Separation of powers

B: System of Government

16. Name the three branches of government.

* Legislative, executive, and judicial
* Congress, president, and the courts

17. The President of the United States is in charge of which branch of government?

- Executive branch

18. What part of the federal government writes laws?

- (U.S.) Congress
- (U.S. or national) legislature
- Legislative branch

19. What are the two parts of the U.S. Congress?

- Senate and House (of Representatives)

20. Name one power of the U.S. Congress.*

- Writes laws
- Declares war
- Makes the federal budget

21. How many U.S. senators are there?

- One hundred (100)

22. How long is a term for a U.S. senator?

- Six (6) years

23. Who is one of your state's U.S. senators now?

- Answers will vary. [District of Columbia residents and residents of U.S. territories should answer that D.C. (or the territory where the applicant lives) has no U.S. senators.]

24. How many voting members are in the House of Representatives?

- Four hundred thirty-five (435)

25. How long is a term for a member of the House of Representatives?

- Two (2) years

26. Why do U.S. representatives serve shorter terms than U.S. senators?

- To more closely follow public opinion

27. How many senators does each state have?

- Two (2)

28. Why does each state have two senators?

- Equal representation (for small states)
- The Great Compromise (Connecticut Compromise)

29. Name your U.S. representative.

- Answers will vary.

30. What is the name of the Speaker of the House of Representatives now?*

- Visit uscis.gov/citizenship/testupdates for the name of the Speaker of the House of Representatives.

31. Who does a U.S. senator represent?

- Citizens of their state

32. Who elects U.S. senators?

- Citizens from their state

33. Who does a member of the House of Representatives represent?

- Citizens in their (congressional) district
- Citizens in their district

34. Who elects members of the House of Representatives?

- Citizens from their (congressional) district

35. Some states have more representatives than other states. Why?

- (Because of) the state's population
- (Because) they have more people
- (Because) some states have more people

36. The President of the United States is elected for how many years?*

- Four (4) years

37. The President of the United States can serve only two terms. Why?

- (Because of) the 22nd Amendment
- To keep the president from becoming too powerful

38. What is the name of the President of the United States now?*

- Visit uscis.gov/citizenship/testupdates for the name of the President of the United States.

39. What is the name of the Vice President of the United States now?*

- Visit uscis.gov/citizenship/testupdates for the name of the Vice President of the United States.

40. If the president can no longer serve, who becomes president?

- The Vice President (of the United States)

41. Name one power of the president.

- Signs bills into law
- Vetoes bills
- Enforces laws
- Commander in Chief (of the military)
- Chief diplomat

42. Who is Commander in Chief of the U.S. military?

- The President (of the United States)

43. Who signs bills to become laws?

- The President (of the United States)

44. Who vetoes bills?*

- The President (of the United States)

45. Who appoints federal judges?

- The President (of the United States)

46. The executive branch has many parts. Name one.

- President (of the United States)

- Cabinet
- Federal departments and agencies

47. What does the President's Cabinet do?

- Advises the President (of the United States)

48. What are two Cabinet-level positions?

- Attorney General
- Secretary of Agriculture
- Secretary of Commerce
- Secretary of Defense
- Secretary of Education
- Secretary of Energy
- Secretary of Health and Human Services
- Secretary of Homeland Security
- Secretary of Housing and Urban Development
- Secretary of the Interior
- Secretary of Labor
- Secretary of State
- Secretary of Transportation
- Secretary of the Treasury
- Secretary of Veterans Affairs
- Vice President (of the United States)

49. Why is the Electoral College important?

- It decides who is elected president.
- It provides a compromise between the popular election of the president and congressional selection.

50. What is one part of the judicial branch?

- Supreme Court

* Federal Courts

51. What does the judicial branch do?

* Reviews laws
* Explains laws
* Resolves disputes (disagreements) about the law
* Decides if a law goes against the (U.S.) Constitution

52. What is the highest court in the United States?*

* Supreme Court

53. How many seats are on the Supreme Court?

* Nine (9)

54. How many Supreme Court justices are usually needed to decide a case?

* Five (5)

55. How long do Supreme Court justices serve?

* (For) life
* Lifetime appointment
* (Until) retirement

56. Supreme Court justices serve for life. Why?

* To be independent (of politics)
* To limit outside (political) influence

57. Who is the Chief Justice of the United States now?

* Visit uscis.gov/citizenship/testupdates for the name of the Chief Justice of the United States.

58. Name one power that is only for the federal government.

* Print paper money
* Mint coins
* Declare war
* Create an army
* Make treaties
* Set foreign policy

59. Name one power that is only for the states.

* Provide schooling and education
* Provide protection (police)
* Provide safety (fire departments)
* Give a driver's license
* Approve zoning and land use

60. What is the purpose of the 10th Amendment?

* (It states that the) powers not given to the federal government belong to the states or to the people.

61. Who is the governor of your state now?*

* Answers will vary. [District of Columbia residents should answer that D.C. does not have a governor.]

62. What is the capital of your state?

* Answers will vary. [District of Columbia residents should answer that D.C. is not a state and does not have a capital. Residents of U.S. territories should name the capital of the territory.]

C: Rights and Responsibilities

63. There are four amendments to the U.S. Constitution about who can vote. Describe one of them.

- Citizens eighteen (18) and older (can vote).
- You don't have to pay (a poll tax) to vote.
- Any citizen can vote. (Women and men can vote.)
- A male citizen of any race (can vote).

64. Who can vote in federal elections, run for federal office, and serve on a jury in the United States?

- Citizens
- Citizens of the United States
- U.S. citizens

65. What are three rights of everyone living in the United States?

- Freedom of expression
- Freedom of speech
- Freedom of assembly
- Freedom to petition the government
- Freedom of religion
- The right to bear arms

66. What do we show loyalty to when we say the Pledge of Allegiance?*

- The United States
- The flag

67. Name two promises that new citizens make in the Oath of Allegiance.

- Give up loyalty to other countries
- Defend the (U.S.) Constitution
- Obey the laws of the United States
- Serve in the military (if needed)
- Serve (help, do important work for) the nation (if needed)
- Be loyal to the United States

68. How can people become United States citizens?

- Naturalize
- Derive citizenship
- Be born in the United States

69. What are two examples of civic participation in the United States?

- Vote
- Run for office
- Join a political party
- Help with a campaign
- Join a civic group
- Join a community group
- Give an elected official your opinion (on an issue)
- Contact elected officials
- Support or oppose an issue or policy
- Write to a newspaper

70. What is one way Americans can serve their country?

- Vote
- Pay taxes
- Obey the law
- Serve in the military
- Run for office
- Work for local, state, or federal government

71. Why is it important to pay federal taxes?

- Required by law
- All people pay to fund the federal government
- Required by the (U.S.) Constitution (16th Amendment)
- Civic duty

72. It is important for all men age 18 through 25 to register for the Selective Service. Name one reason why.

- Required by law
- Civic duty
- Makes the draft fair, if needed

AMERICAN HISTORY

A: Colonial Period and Independence

73. The colonists came to America for many reasons. Name <u>one</u>.

- Freedom
- Political liberty
- Religious freedom
- Economic opportunity
- Escape persecution

74. Who lived in America before the Europeans arrived?*

- American Indians
- Native Americans

75. What group of people was taken and sold as slaves?

- Africans

- People from Africa

76. What war did the Americans fight to win independence from Britain?

- American Revolution
- The (American) Revolutionary War
- War for (American) Independence

77. Name one reason why the Americans declared independence from Britain.

- High taxes
- Taxation without representation
- British soldiers stayed in Americans' houses (boarding, quartering)
- They did not have self-government
- Boston Massacre
- Boston Tea Party (Tea Act)
- Stamp Act
- Sugar Act
- Townshend Acts
- Intolerable (Coercive) Acts

78. Who wrote the Declaration of Independence?*

- (Thomas) Jefferson

79. When was the Declaration of Independence adopted?

- July 4, 1776

80. The American Revolution had many important events. Name one.

- (Battle of) Bunker Hill
- Declaration of Independence

- Washington Crossing the Delaware (Battle of Trenton)
- (Battle of) Saratoga
- Valley Forge (Encampment)
- (Battle of) Yorktown (British surrender at Yorktown)

81. There were 13 original states. Name five.

- New Hampshire
- Massachusetts
- Rhode Island
- Connecticut
- New York
- New Jersey
- Pennsylvania
- Delaware
- Maryland
- Virginia
- North Carolina
- South Carolina
- Georgia

82. What founding document was written in 1787?

- (U.S.) Constitution

83. The Federalist Papers supported the passage of the U.S. Constitution. Name one of the writers.

- (James) Madison
- (Alexander) Hamilton
- (John) Jay
- Publius

84. Why were the Federalist Papers important?

- They helped people understand the (U.S.) Constitution.
- They supported passing the (U.S.) Constitution.

85. Benjamin Franklin is famous for many things. Name one.

- Founded the first free public libraries
- First Postmaster General of the United States
- Helped write the Declaration of Independence
- Inventor
- U.S. diplomat

86. George Washington is famous for many things. Name one.*

- "Father of Our Country"
- First president of the United States
- General of the Continental Army
- President of the Constitutional Convention

87. Thomas Jefferson is famous for many things. Name one.

- Writer of the Declaration of Independence
- Third president of the United States
- Doubled the size of the United States (Louisiana Purchase)
- First Secretary of State
- Founded the University of Virginia
- Writer of the Virginia Statute on Religious Freedom

88. James Madison is famous for many things. Name one.

- "Father of the Constitution"
- Fourth president of the United States
- President during the War of 1812
- One of the writers of the Federalist Papers

89. Alexander Hamilton is famous for many things. Name <u>one</u>.

- First Secretary of the Treasury
- One of the writers of the Federalist Papers
- Helped establish the First Bank of the United States
- Aide to General George Washington
- Member of the Continental Congress

B: 1800s

90. What territory did the United States buy from France in 1803?

- Louisiana Territory
- Louisiana

91. Name one war fought by the United States in the 1800s.

- War of 1812
- Mexican-American War
- Civil War
- Spanish-American War

92. Name the U.S. war between the North and the South.

- The Civil War

93. The Civil War had many important events. Name one.

- (Battle of) Fort Sumter
- Emancipation Proclamation
- (Battle of) Vicksburg
- (Battle of) Gettysburg
- Sherman's March
- (Surrender at) Appomattox
- (Battle of) Antietam/Sharpsburg

- Lincoln was assassinated.

94. Abraham Lincoln is famous for many things. Name one.*

- Freed the slaves (Emancipation Proclamation)
- Saved (or preserved) the Union
- Led the United States during the Civil War
- 16th president of the United States
- Delivered the Gettysburg Address

95. What did the Emancipation Proclamation do?

- Freed the slaves
- Freed slaves in the Confederacy
- Freed slaves in the Confederate states
- Freed slaves in most Southern states

96. What U.S. war ended slavery?

- The Civil War

97. What amendment gives citizenship to all persons born in the United States?

- 14th Amendment

98. When did all men get the right to vote?

- After the Civil War
- During Reconstruction
- (With the) 15th Amendment
- 1870

99. Name <u>one</u> leader of the women's rights movement in the 1800s.

- Susan B. Anthony
- Elizabeth Cady Stanton
- Sojourner Truth
- Harriet Tubman
- Lucretia Mott
- Lucy Stone

C: Recent American History and Other Important Historical Information

100. Name one war fought by the United States in the 1900s.

- World War I
- World War II
- Korean War
- Vietnam War
- (Persian) Gulf War

101. Why did the United States enter World War I?

- Because Germany attacked U.S. (civilian) ships
- To support the Allied Powers (England, France, Italy, and Russia)
- To oppose the Central Powers (Germany, Austria-Hungary, the Ottoman Empire, and Bulgaria)

102. When did all women get the right to vote?

- 1920
- After World War I
- (With the) 19th Amendment

103. What was the Great Depression?

- Longest economic recession in modern history

104. When did the Great Depression start?

- The Great Crash (1929)
- Stock market crash of 1929

105. Who was president during the Great Depression and World War II?

- (Franklin) Roosevelt

106. Why did the United States enter World War II?

- (Bombing of) Pearl Harbor
- Japanese attacked Pearl Harbor
- To support the Allied Powers (England, France, and Russia)
- To oppose the Axis Powers (Germany, Italy, and Japan)

107. Dwight Eisenhower is famous for many things. Name one.

- General during World War II
- President at the end of (during) the Korean War
- 34th president of the United States
- Signed the Federal-Aid Highway Act of 1956 (Created the Interstate System)

108. Who was the United States' main rival during the Cold War?

- Soviet Union
- USSR
- Russia

109. During the Cold War, what was <u>one</u> main concern of the United States?

- Communism
- Nuclear war

110. Why did the United States enter the Korean War?

- To stop the spread of communism

111. Why did the United States enter the Vietnam War?

- To stop the spread of communism

112. What did the civil rights movement do?

- Fought to end racial discrimination

113. Martin Luther King, Jr. is famous for many things. Name one.*

- Fought for civil rights
- Worked for equality for all Americans
- Worked to ensure that people would "not be judged by the color of their skin, but by the content of their character"

114. Why did the United States enter the Persian Gulf War?

- To force the Iraqi military from Kuwait

115. What major event happened on September 11, 2001 in the United States?*

- Terrorists attacked the United States
- Terrorists took over two planes and crashed them into the World Trade Center in New York City
- Terrorists took over a plane and crashed into the Pentagon in Arlington, Virginia
- Terrorists took over a plane originally aimed at Washington, D.C., and crashed in a field in Pennsylvania

116. Name one U.S. military conflict after the September 11, 2001 attacks.

- (Global) War on Terror
- War in Afghanistan
- War in Iraq

117. Name one American Indian tribe in the United States.

- Apache
- Blackfeet
- Cayuga
- Cherokee
- Cheyenne
- Chippewa
- Choctaw
- Creek
- Crow
- Hopi
- Huron
- Inupiat
- Lakota
- Mohawk
- Mohegan
- Navajo
- Oneida
- Onondaga
- Pueblo
- Seminole
- Seneca
- Shawnee
- Sioux
- Teton
- Tuscarora

118. Name one example of an American innovation.

- Light bulb
- Automobile (cars, combustible engine)
- Skyscrapers
- Airplane
- Assembly line
- Landing on the moon
- Integrated circuit (IC)

SYMBOLS AND HOLIDAYS

119. What is the capital of the United States?

- Washington, D.C.

120. Where is the Statue of Liberty?

- New York (Harbor)
- Liberty Island [Also acceptable are New Jersey, near New York City, and on the Hudson (River).]

121. Why does the flag have 13 stripes?*

- (Because there were) 13 original colonies
- (Because the stripes) represent the original colonies

122. Why does the flag have 50 stars?

- (Because there is) one star for each state
- (Because) each star represents a state
- (Because there are) 50 states

123. What is the name of the national anthem?

- The Star-Spangled Banner

124. The Nation's first motto was "E Pluribus Unum." What does that mean?

- Out of many, one
- We all become one

125. What is Independence Day?

- A holiday to celebrate U.S. independence (from Britain)
- The country's birthday

126. Name three national U.S. holidays.*

- New Year's Day
- Martin Luther King, Jr. Day
- Presidents Day (Washington's Birthday)
- Memorial Day
- Independence Day
- Labor Day
- Columbus Day
- Veterans Day
- Thanksgiving Day
- Christmas Day

127. What is Memorial Day?

- A holiday to honor soldiers who died in military service

128. What is Veterans Day?

- A holiday to honor people in the (U.S.) military
- A holiday to honor people who have served (in the U.S. military)